കാവ്യഹാരം

റോബിൻ പള്ളുരുത്തി

Copyright © Robin Palluruthy
All Rights Reserved.

ISBN 978-1-68586-316-6

This book has been published with all efforts taken to make the material error-free after the consent of the author. However, the author and the publisher do not assume and hereby disclaim any liability to any party for any loss, damage, or disruption caused by errors or omissions, whether such errors or omissions result from negligence, accident, or any other cause.

While every effort has been made to avoid any mistake or omission, this publication is being sold on the condition and understanding that neither the author nor the publishers or printers would be liable in any manner to any person by reason of any mistake or omission in this publication or for any action taken or omitted to be taken or advice rendered or accepted on the basis of this work. For any defect in printing or binding the publishers will be liable only to replace the defective copy by another copy of this work then available.

എഴുത്തിന്റെ നാൾ വഴിയിൽ എനിക്ക് മാർഗ്ഗ നിർദേശം നൽകിയ ഗുരു തുല്യൻ രാധാകൃഷ്ണൻ കാര്യക്കുളം സാർ അഭിപ്രായങ്ങൾ അറിയിച്ച് തുണയേകുന്ന മിത്രങ്ങൾ. എന്റെ രചനകളെ ഭംഗിയാക്കുവാൻ സഹായിച്ച സുഹൃത്തുകൾ ജോക്സി ജോസഫ് , വൈക (ഗീത സതീഷ്) . നവമാധ്യമ ആനുകാലിക സാഹിത്യ സദസ്സുകളിലെ സൗഹൃദങ്ങൾ, എന്റെ രചനകൾ പകർത്തിയെഴുതുന്ന സഹധർമ്മിണി മേരി സൗമ്യ . പൂർവ്വ വിദ്യാർത്ഥി സുഹൃത്തുകൾ, അധ്യാപകർ. പള്ളുരുത്തി YCC ടെസ്റ്റ്, കൊച്ചിൻ സാഹിത്യ അക്കാദമി ഭാരവാഹികൾ . കഥാമിത്രം അംഗങ്ങൾ, എന്റെ യശശരീരനായ പിതാവ് എന്നിവർക്കുള്ള എന്റെ സ്നേഹ സമർപ്പണമാണ് എന്റെ ആദ്യ കവിതാ സമാഹാരമായ "കാവ്യഹാരം "

ഉള്ളടക്കം

ആമുഖം vii

മുഖവുര ix

അവതാരിക xiii

1. താങ്ങും തണലും 1
2. ചിരിക്കുന്ന പൂക്കൾ 2
3. നാളെ ... 3
4. പുലരി 4
5. വിധി 5
6. ഞാനെന്ന സത്യം ... 6
7. ഒരിക്കൽക്കൂടി 8
8. മറവിയെന്ന ഔഷധം 9
9. ദിവ്യ ചൈതന്യം 10
10. പൊന്നോണം 11
11. സ്വാതന്ത്ര്യം 12
12. കുംഭിമനം 13
13. ഇന്നിന്റെ സത്യം 14
14. തിര 16
15. സമയമായ് പക്ഷെ .. 17
16. ചിരിക്കുന്ന പൂക്കൾ 18
17. അപ്രിയസത്യം 19
18. കൂടണയും പക്ഷി 20
19. മണ്ണറിവ് 22

• v •

ഉള്ളടക്കം

20. മാരിവില്ല്	23
21. അറിയാത്ത കാരണം	24
22. ഭൂമിയെന്ന കൗതുകം	25
23. ചിന്തകൾ	26
24. തിരിച്ചറിവ്	27
25. ചെറുചെമ്പരത്തി	28
26. ചിരി	29
27. പ്രതീകങ്ങൾ	30
28. മയിൽപ്പീലി	31
29. നിന്നെക്കാണുമ്പോൾ	33
30. മറക്കുന്ന സത്യം	34
31. താമര	35
32. വിയോഗം	36
33. പെണ്ണ്	37

ആമുഖം

വിദ്യാലയകാലഘട്ടത്തിൽ മനസ്സിനേറ്റ മായാത്ത മുറിവിൽ നിന്നും പ്രചോദനം ഉൾക്കൊണ്ടാണ് ആദ്യമായി അക്ഷരങ്ങളെ പ്രണയിച്ച് തുടങ്ങിയത്. മറ്റുള്ളവരുടെ കുത്തുവാക്കുകളിൽ നിന്നും പരിഹാസങ്ങളിൽ നിന്നുമുള്ള ഒളിച്ചോട്ടം എന്നു വേണമെങ്കിൽ എന്റെ അക്ഷര പ്രണയത്തെ വിശേഷിപ്പിക്കാം ..എന്തെന്നറിയാതെ എന്തെന്ന് വിശേഷിപ്പിക്കണം എന്നറിയാതെ കുത്തിക്കുറിച്ച വരികൾ ഒരു നാൾ സ്വപിതാവിന്റെ ദൃഷ്ടിയിൽ പതിയുകയും ബന്ധുജനങ്ങളുടെ മുന്നിൽ നിർത്തി അവ വായിപ്പിക്കുകയും ചെയ്തതിനെ തുടർന്ന് നേരിടേണ്ടി വന്ന പരിഹാസവും ചിരിയും ഒഴിയാതെ വന്നപ്പോൾ എഴുത്തിനോട് വിടപറഞ്ഞു. തുടർന്ന് 22 വർഷങ്ങൾക്കുശേഷം പഴയ വിദ്യാലത്തിൽവെച്ച്നടന്ന പൂർവ്വ വിദ്യാർത്ഥി സംഗമത്തിൽ കൂട്ടുകാരും അധ്യാപകരും നൽകിയ പ്രോത്സാഹനത്തോടെ വീണ്ടും എഴുതി തുടങ്ങി.എന്നിലെ എഴുത്തിനെ പരിപോഷിപ്പിച്ചത് നവമാധ്യമങ്ങളിൽ ഞാൻ പരിചയപ്പെട്ട സാഹിത്യ കൂട്ടായ്മകളും , കഥകളും കവിതകളും സ്നേഹിക്കുന്ന നല്ല സുഹൃത്ത് ബന്ധങ്ങളുമാണ്. എന്റെ രചനയും എന്നെയും സ്നേഹിക്കുകയും അഭിപ്രായങ്ങളും നിരുപണങ്ങളും അറിയിക്കുന്ന ആസ്വാദകരായ മിത്രങ്ങൾക്കായി എന്റെ ആദ്യ കവിതാ സമാഹാരം "കാവ്യ ഹാരം" സമർപ്പിക്കുകയാണ്.ഏവരുടേയും അനുഗ്രഹവും , പിൻതുണയും പ്രതീക്ഷിച്ചുകൊണ്ട്

റോബിൻ പള്ളുരുത്തി

മുഖവുര

1982 സെപ്റ്റംബർ- 8 -ൽ അറബി കടലിന്റെ റാണിയെന്ന് അറിയപ്പെടുന്ന കൊച്ചിയിൽ വെളുത്തേടത്ത് വീട്ടിൽ അഗസ്റ്റിൻ മകൻ ആന്റെണിയുടേയും മാളിയക്കൽ വീട്ടിൽ ജോർജിന്റെ മകൾ ഷേർളിയുടേയും മുത്ത മകനായി ജനനം.ഫോർട്ടുകൊച്ചി വെളി EMGHSS, സാന്റക്രൂസ് കോളേജ്, കൊച്ചിൻ കോളേജ്, ലിറ്റിൽ ഫ്ലവർ ITC എന്നിവിടങ്ങളിലെ പൂർവ്വവിദ്യാർത്ഥി .

FSSI "C"ഗ്രഡ് ഓഡിറ്റർ/ QC സർട്ടിഫികറ്റ് ലഭിച്ചിട്ടുണ്ട്.നിലവിൽ ടാറ്റാ ഗ്രൂപ്പിന്റെ TCPL (ടാറ്റാ കൺസ്യൂമർ പ്രൊഡക്റ്റ്സ് ലിമിറ്റഡ് , കൊച്ചി, വില്ലിങ്ങ്ഡൺ ഐലന്റ് , കേരളം) കമ്പനിയിൽ സ്ഥിരം തൊഴിലാളിയായി ജോലി ചെയ്യുന്നു.നവമാധ്യമങ്ങളിലും ആനുകാലികങ്ങളിലും കവിതകളും കഥകളും എഴുതു തുന്നു.മുഖപുസ്തകത്തിലെ പ്രമുഖ എഴുത്തുകാരുടെ ഓൺലൈൻ കൂട്ടായ്മയായ കഥാമിത്രത്തിന്റെ സാരഥിയാണ്.

യഥാർത്ഥ നാമം :

റോബർട്ട് ആന്റെണി.വി.

തൂലികാനാമം:

റോബിൻ പള്ളുരുത്തി.

വിവാഹിതൻ

ഭാര്യ: സൗമ്യ റോബർട്ട്

മകൾ : ആദ്നാ മേരി

മകൻ : ആദവ് ആന്റെണി

ആർണൽ ആന്റെണി

റോസ്മി, റോഷൻ എന്നിവർ സഹോദരി സഹോദരങ്ങൾ

വിലാസം :

വെള്ളുത്തേടത്ത് ഹൗസ്,

പള്ളുരുത്തി P.O,

പൈ റോഡ്,

പെരുമ്പടപ്പ് ,

കൊച്ചി,

എറണാകുളം,

കേരള .

Pin 6 8 2 0 0 6 , mob : 9846076701, 7907383304

മുഖവുര

Kaavyahaaram
(Poems)
Language : Malayalam
First Published in : October 2021
Cover Designing : Robin Palluruthy
Editing : Vaika

അവതാരിക

കാവ്യഹാരം എന്ന കവിതാസമാഹാരത്തിന് അവതാരിക എഴുതുന്നതിനോടൊപ്പം തന്നെ ഇതിന്റെ രചയിതാവായ കവിയും, നോവലിസ്റ്റും, ചെറുകഥാകൃത്തുമായ റോബിൻ പള്ളുരുത്തിയയെക്കുറിച്ചും ഏതാനും വരികൾ ഞാനിവിടെ കുറിക്കുകയാണ്.ശ്രീ.റോബിൻ പള്ളുരുത്തി,വർത്തമാനകാല ഫെയ്സ് ബുക്ക് സാഹിത്യ കൂട്ടായ്മകളിൽ സുപരിചിതനും, നിറസാന്നിധ്യവുമായ ഒരു രചയിതാവാണ്. കൂടാതെ കൊച്ചിൻ സാഹിത്യ അക്കാദമി, കഥാമിത്രം എന്ന ഫെയ്സ് ബുക്ക് സാഹിത്യ സൗഹൃദ കൂട്ടായ്മയുടെ പ്രധാന സാരഥിയുമാണ്.

രണ്ടു നോവലുകളും, ഒരുപാട് ചെറുകഥകളും, കവിതകളും ഈ ചെറുപ്പക്കാരന് ഇതിനകം എഴുതിക്കഴിഞ്ഞു. എഴുതിക്കഴിഞ്ഞ രണ്ടു നോവലുകളിൽ "തീരങ്ങൾ കഥ പറയുമ്പോൾ" എന്ന നോവൽ 2020 - ൽ പ്രസിദ്ധികരിച്ചു, രണ്ടാമത്തെ നോവലിന്റെ പ്രസിദ്ധീകരണപ്രവർത്തനങ്ങൾ പുരോഗമിച്ചുകൊണ്ടിരിക്കുന്നു. കഥാരചനയിലും കവിതാരചനയിലും ഒരുപോലെ തന്റെ രചാനാപാടവം തെളിയിച്ചിട്ടുള്ള റോബിൻ പള്ളുരുത്തി എന്ന റോബർട്ട് ആന്റെണി , ഇപ്പോൾ തന്റെ ആദ്യ കവിതാസമാഹാരം പുറത്തിറക്കാനുള്ള തയ്യാറെടുപ്പിലാണ്. അതിന്റെ അവതാരിക എഴുതുവാനുള്ള ഭാഗ്യം പുഷ്പഗോപാലനെന്ന എന്നിൽ വന്നു ചേർന്നിരിക്കുന്നു. അതിനുള്ള അവസരം ഒരുക്കിയ ദൈവത്തിന് ഞാൻ നന്ദി പറയുന്നു."കാവ്യഹാരം"എന്ന കവിതാ സമാഹാരത്തിൽ മുപ്പത് കവിതകളുണ്ടെങ്കിലും അതിൽ നിന്നും എന്റെ കർത്തവ്യത്തിന്റെ ഭാഗമായി ഞാൻ വായിച്ച ഏതാനും കവിതകളേ കുറിച്ചുള്ള ഒരു ചെറു വിവരണം ഇവിടെ രേഖപ്പെടുത്തട്ടെ ... അതിൽ ആദ്യ കവിതയാണ് "താങ്ങും തണലും " "ഒരു മനുഷ്യൻ വാർദ്ധക്യത്തിൽ താങ്ങും തണലുമില്ലാതെ ഈ ഭൂമിയിൽ നിന്നും ദേഹം വെടിയുമ്പോൾ അവൻ നീരേകി വളർത്തിയ മരവും ഒരു പാഴ്തടിയായ്, വിറകായ് അവന്റെ ചിതയോടൊപ്പം കൂട്ടിനു ചേരുന്നു " വളരെ അർത്ഥവത്തായ വരികൾക്കാണ് അക്ഷരങ്ങളിലൂടെ കവി പിറവികൊടുത്തിരിക്കുന്നത് ." ചിരിക്കുന്ന പൂക്കൾ" എന്ന കവിതയുടെ വരികൾ കവിയുടെ പ്രകൃതി സ്നേഹവും നിരീക്ഷണപാടവവും വ്യക്തമാക്കുന്ന ഒന്നാണെന്നതിൽ

സംശയമില്ല..പ്രകൃതിയിലെ ഓരോ ജീവജാലങ്ങളും ഒരുതരത്തിൽ അല്ലെങ്കിൽ മറ്റൊരു തരത്തിൽ തമ്മിലന്യോന്യം ബന്ധപ്പെട്ടിരിക്കുന്നു. ഭൂമിയുടെ ഗർഭപാത്രത്തിൽ നിന്ന് ഒരു വിത്തുമുളച്ച് അതൊരു ചെടിയായോ,മരമായോ വളരുവാൻ ഭൂമിയുടെ മാറിലെ ജീവജലവും, സൂര്യന്റെ ചൂടും, വെളിച്ചവും അവശ്യമാണ് , എങ്കിൽ മാത്രേമേ അതിന് ഹരിതശോഭയും, അതിൽവിരിയുന്ന പൂവുകൾക്ക് വർണ്ണങ്ങളും ലഭിക്കുകയുള്ളു. അങ്ങനെ നിറങ്ങൾനിറച്ച്നിറപുഞ്ചിരിയുമായി വിരിഞ്ഞ് നിൽക്കുന്ന പൂക്കൾ തന്നെ താനാക്കിയ മണ്ണിനോടും വിണ്ണിനോടും കാറ്റത്തു ചാഞ്ചാടി നിന്ന് നന്ദിചൊല്ലുന്നതായി കവി വർണ്ണിക്കുന്നു. വളരെ മനോഹരമായ കവി സങ്കൽപ്പത്തിൽ "നന്മ ചെയ്യുന്നവരോട് നന്ദിയുണ്ടാക്കണം. " എന്നു പറയുന്നൊരു പൊരുൾകൂടി അന്തർലീനമായിരിക്കുന്നു.ഒരു കാമുകന് പ്രണയത്തെക്കറിച്ചുള്ള ദീർഘവീക്ഷണങ്ങളാണ് " നാളെ " എന്ന കവിതയുടെ പ്രമേയം. "പ്രണയമെന്നത് മധുരമുള്ള അനുഭവമാണെങ്കിലും, ഭാവിയിൽ ഒരുമിച്ചുള്ള ജീവിയാത്രയിലേക്ക് കാലെടുത്തുവെക്കുമ്പോൾ അതിൽ കല്ലും , മുള്ളും നിറഞ്ഞതാകാൻ വഴിയുണ്ട്. അതിനെയെല്ലാം തരണം ചെയ്യാൻ കഴിവുണ്ടെങ്കിൽ ധൈര്യമായ് നിന്നെ ഞാൻ എന്റെ ജീവിതസഖിയാക്കാം. " എന്ന് കാമുകൻ കാമുകിയോട് പറയുന്ന വരികൾക്കായി കവി കവിതയിൽ ഉപയോഗിച്ചിരിക്കുന്ന ഉപമ അതിമനോഹരമാണ്. അതായത് "ഭൂമിയുടെ മാറിലേക്ക് കൂർത്ത മുള്ളുകൾ പോലെ പതിക്കുന്ന മഴയുടെ ശക്തമായ പ്രഹരത്തെ താങ്ങിക്കൊണ്ട് ആ മാരീജലത്തെ ഭൂമി അവളുടെ അന്തരാളത്തിലൊളിപ്പിക്കുന്നതുപോലെ വിവാഹശേഷം

ഭാവിയിലുണ്ടായേക്കാവുന്ന ദുഃഖങ്ങളും, നീ അതു പോലെ തരണം ചെയ്യണം " കവിയുടെ ഭാവനയും വർണ്ണനയും മനോഹരമെന്ന് പറയാതെ വയ്യ" പുലരി " എന്ന കവിതയിലൂടെ കവി വായനക്കാരെ കൂട്ടിക്കൊണ്ടുപോകുന്നത്.. പകലോന്റെ സഞ്ചാരവീഥികളിലേക്കാണ്.സായം സന്ധ്യയിൽ കടലിന്റെ മാറിൽ നീരാട്ടിനുപോയ പകലോന്റെ തിരിച്ചു വരവിനായി കാത്തിരിക്കുന്ന ഭൂമിയും അതിലെ ജീവജാലങ്ങളും പുതിയ പ്രഭാതത്തിനെ വരവേൽക്കുന്നതിനായി ഒരുങ്ങുന്ന കാഴ്ച്ചകൾ കവി അക്ഷരങ്ങളിലൂടെ മനോഹരമായി വരച്ചിരിക്കുന്നു. പുൽക്കൊടികൾ മഞ്ഞിൻ കണങ്ങൾകൊണ്ട് മൂക്കുത്തിയണിഞ്ഞു നിൽക്കുന്നു, അഭ്രപാളികൾ ആകാശത്ത് ചുവന്ന പാത തീർത്തിരിക്കുന്നു. അംശുമാനെ എതിരേൽക്കാൻ പൂക്കൾ താലപ്പൊലിയും, പക്ഷികൾകളകൂജനവുമായി കാത്തിരിക്കുന്നു അർക്കന്റെ സമയരഥം തെളിച്ചുള്ള വരവിൽ ശുഭദിനവും ശുഭയാത്ര ചൊല്ലാനായ് പ്രകൃതി ഒരുങ്ങി കാത്തിരിക്കുന്നു. ഇവിടെയും വളരെ മനോഹരവും ഹൃദ്യവുമാണ് കവിസങ്കൽപ്പം."കാവ്യഹാരം " എന്ന കവിതാസമാഹാരത്തിലെ വളരെ ശ്രദ്ധേയമായ മറ്റൊരു കവിതയാണ് "വിധി".കാലപ്പഴക്കത്തിൽ വെറും കടലാസായി മാറുന്ന വാർത്തകൾ അഗ്നിക്കിരയാകുമ്പോൾ , അതിലെ വാർത്തകളിലൂടെ അപരാധിയെന്ന് മുദ്രകുത്തി , ചെയ്യാത്ത കുറ്റത്തിന് ശിക്ഷിക്കപ്പെട്ടവരും, കുറ്റം ചെയ്യ്തിട്ടും ശിക്ഷയിൽ നിന്നും, രക്ഷിക്കപ്പെട്ടവരും, രക്ഷപെട്ടവരും, പ്രമേയങ്ങളായി നിറഞ്ഞ് നിൽക്കുന്നു. നിയമവ്യവസ്ഥ ഇഴഞ്ഞിഴഞ്ഞു പോകുന്നതിനാൽ കുറ്റം ചെയ്തവർ

അവതാരിക

സ്വാതന്ത്ര്യത്തോടു നടക്കുന്നു രാജ്യത്ത്. ഇതെന്തു വിരോധാഭാസം ? വിധിയെ കാത്തുകാത്ത് ജീവിതം വെടിഞ്ഞു പോകുന്നവരും ഇന്ന് ഏറെയാണ്. ഒച്ചിഴയുന്ന രീതിയിലാണ് നമ്മുടെ നീതിവ്യവസ്ഥയുടെ പോക്ക്.റോബിൻ പള്ളുരുത്തി എന്ന കവിയുടെ തൂലികയിൽ നിന്നും പിറവിയെടുത്ത മുപ്പത് മികച്ച കവിതകൾ നിറഞ്ഞ "കാവ്യഹാരം " എന്ന കവിതാ സമാഹാരത്തിൽ എനിക്കിഷ്ടമായകവിതകൾ ഇനിയുമേറെണ്ടെങ്കിലും, ആദ്യ കവിതാ സമാഹാരം പ്രസിദ്ധീകരിക്കുന്ന പ്രിയപ്പെട്ട റോബിൻ പള്ളുരുത്തിക്ക് ഇനിയും മികച്ച രചനകൾക്ക് ജന്മം നൽകാൻ കഴിയട്ടെ എന്ന് ആശംസിച്ചു കൊണ്ടും, നന്മകളുണ്ടാവട്ടെയെന്ന് പ്രാർത്ഥിച്ചുകൊണ്ടും, ഞനെന്റെ അവതാരിക ഉപസംഹരിക്കുന്നു.

പുഷ്പ ഗോപാലൻ.

1. താങ്ങും തണലും

പ്രായമേറുന്ന മർത്യനീ ഭൂമിയിൽ,
പാഴ്ത്തടിയായി മാറുന്ന നേരവും ,
പ്രായം ചെന്നൊരു മരത്തിന് ചുറ്റും ,
വിലപറയുന്ന മുഖങ്ങളെ കാണാം.
മർത്യൻ നീരേകി വളർത്തിയ വൃക്ഷം ...
തണലേകി മുന്നിൽ
നിൽക്കുന്ന കാലത്തിൽ,
താങ്ങാൻ തുണയാരുമില്ലാതെ
നരനോ പക്ഷേ,
അനാഥനായ് മാറുന്നു ഭൂവിൽ ,
എന്നതാണിന്നിന്റെ സത്യം ...
ഇന്നീ, പാരിൽ തണലേകി
നിൽക്കുന്ന വിടപിയും ,
മണ്ണിൽ തണൽതേടി
അലയുന്ന മർത്യനും ..
നാളെയിൽ ചേതനയറ്റ്
പിണമായ് മാറുമ്പോൾ ...
മനുഷ്യന് തുണയായി
നിൽക്കുവാൻ ചിതയിലും ..
നനവുള്ള ആറടിമണ്ണിന്റെ മാറിലും,
അവനിയിൽ തണലേകി
നിന്നൊരു ശാഖിമാത്രം..
വെറും വിറകായ് മാറിയ ശാഖി മാത്രം.

2. ചിരിക്കുന്ന പൂക്കൾ

ഹരിത പത്രങ്ങളിൽ വിരൽ സ്പർശമേകി
പകലോന്റെ പുലർകാലെ യാത്രതുടങ്ങീ വീണ്ടും ,
മരച്ചില്ലയിൽ തിങ്ങിയ ഇലകൾതൻ നിഴലുകൾ ..
കറുത്ത വീഥികൾ നിറയേ തണലേകി നിൽക്കവേ ...
ഇളംതന്നലിൻ കുളിരേറ്റുവാങ്ങി
മിഴിതുറക്കുന്ന പൂവുകൾ,
ചിരിക്കുന്നു ചെമ്മേ മണ്ണിനും വിണ്ണിനും നന്ദി ചൊല്ലി..
ഒരു ദിനമെങ്കിലും മലരായ് വിരിയുവാൻ ,
കാലങ്ങളോളം നോമ്പുനോറ്റതാണിവർ ...
ധരണിതൻ ഗർഭപാത്രത്തിൽ ജീവന്റെ തുടിപ്പുമായ് ,
ശാപമോക്ഷം നൽകിയ മണ്ണിനും ,
നവജീവൻ നൽകിയ അരുണനും ,
ആയിരമായിരം നന്ദി ചൊല്ലുന്ന പോൽ ..
മിഴി തുറക്കുന്നു പൂക്കൾ ഊഴിനീളെ ..
മണ്ണിനും വിണ്ണിനും നന്ദി ചൊല്ലി അനുദിനം ,
മണ്ണിനും വിണ്ണിനും നന്ദി ചൊല്ലി.

3. നാളെ ...

നദിയിലെ ജലം പോലെയാകണം
സഖിയേ .. നിന്നിദയവും,
അതിൻ കാരണം ഞാൻ ചൊല്ലാം
ഒരു കവിതപോലിവിടെ,
മധുരമാണെന്നും പ്രണയം,
പക്ഷെ ഭാവിൽ ..
നാം തുടങ്ങും ജീവിത യാത്രയിൽ
പരീക്ഷണങ്ങളായ് ...
രക്തബന്ധങ്ങൾതൻ വിരോദമായ് പ്രഹരമായ് ...
കയിപ്പുനീർപൊടിയുന്ന ഫലമായിമാറിടാം പ്രണയം ..
എത്രയോ മാരി കണങ്ങൾ കൂർത്ത ശരങ്ങൾപോൽ ..
പതിക്കുന്നു ധുനിതൻ മാറിൽ പല ദിനം ..പക്ഷെ
അവയെല്ലാം വാരിയിലലിഞ്ഞുച്ചേരുന്നു
ക്ഷണം ക്ഷണം..
കദനങ്ങളേറെ ശരംപോൽ വന്നിടാം നാളെയിൽ ...
അവനിൻ ഹൃദയത്തിലാഞ്ഞ് തറച്ചിടാം നാളെയിൽ ..
പൂർണ്ണസമ്മതമാണെങ്കിലെൻ പ്രിയേ, നിനക്കെൻ ...
കരംഗ്രഹിക്കാം വിശ്വാസമായ് സധൈര്യമായ് ..
ഭയമെനിക്കില്ല ഒന്നിലും, നീയെൻ തുണയായ് മാറുകിൽ
..

4. പുലരി

നീഹാരബിന്ദുക്കൾ മൂക്കുത്തിയാക്കി..
നിരനിരയായ് തൃണങ്ങൾ
മണ്ണിൽ നിറയവേ ...
കാലെയിൽ മർത്യർ ഉണരുംമുൻപേ ...
ആഴിയിൽ പതിവ് , നീരാട്ട് കഴിഞ്ഞെത്തി ..
കിഴക്കൻ മലകയറി സുസ്മിതവദനനായ് ,
വാനിലെ, അഭ്രങ്ങൾ വെട്ടിയ ചുവന്ന പാതയിലൂടെ ..
കതിരവൻ യാത്ര തുടങ്ങുന്ന പുലരിയിൽ,
എതിരേൽക്കാനെന്നപോൽ കൺചിമ്മി ഉണരുന്ന...
പൂക്കളും കിളികളും ഊഴിയിൽ നിന്നും... ,
അരുണന് ശുഭയാത്ര ചൊല്ലുന്നുവോ ...?
ദിനചര്യയെന്നപോൽ .
മുടങ്ങാതെ ശുഭദിനം ചൊല്ലുന്നുവോ ...?
ദിനചര്യയെന്നപോൽ

5. വിധി

വെറും കടലാസായ് മാറിയ വാർത്തകളൊക്കെയും ,
ഭൂതകാലത്തിനൊപ്പം, അഗ്നിയിൽ അമരുമ്പോൾ ...
ചതിയുടെ പുത്തൻ കഴുമരമേറിയ
ഇരകൾ ദിനവും, വർത്തയായ് മാറുന്നു മണ്ണിൽ .
മോഷണം, പീഢനം, കൊലപാതകം ...
ചൂഷണം, അഴിമതി, തീവ്രവാദം ...
അടങ്ങാത്ത ലഹരിയായ് മാറ്റിയ മർത്യജന്മങ്ങൾ,
അഴികളെണ്ണി കഴിയുന്നുവിന്നും മാന്യരായ് ..
ചെയ്യാത്ത തെറ്റുകൾ നിരയായ് ചുമത്തിയ ...
നിരപരാധികളീമണ്ണിൽ നീതിക്കായ് കേഴുമ്പോൾ ...
അപരാധികൾ എവിടെയോ ഇന്നും ചിരിക്കുന്നു.
രക്തബന്ധങ്ങൾ നീതിക്കു വേണ്ടി അലയുന്നു .. നിത്യം
കുരുന്ന് ബാല്യത്തിൽ കാമം തീർത്തവൻ അർഹിക്കും ,
ശിക്ഷയെന്തെന്നറിയുവാൻ ഊഴിയിൽ ..
പക്ഷെ,നീളുന്നു വിധികൾ പലവിധ കാരണം ചൊല്ലി,
സത്യമറിയുന്ന ഇരകൾതൻ ദേഹികൾ,
എവിടെയോ ...
മൂകസാക്ഷിയ് നിൽക്കുമ്പോൾ ,
തിന്ന് കൊഴുക്കുന്നു പ്രതികൾ തടവറകളിൽ ...
നിന്ന് ചിരിക്കുന്നു ... പിന്നെ അഴികളെണ്ണി ,
താൻ ചെയ്ത കർമ്മത്തിൻ ശിക്ഷയോർത്ത്.

6. ഞാനെന്ന സത്യം ...

എന്നെ കുറിച്ചുള്ള സത്യങ്ങൾ ചൊല്ലുവാൻ ...
ഈ ജന്മമീ മണ്ണിൽ ഞാനാളല്ല മിത്രമേ...
നഷ്ടസ്വപ്നങ്ങളൊക്കെയും ഉള്ളിൽ സൂക്ഷിച്ചു ഞാൻ
,
മായാത്ത മുറിവേകി ചിത്തിൽ കുത്തിയ വാക്കുകൾക്കൊപ്പം,
ഞാനിന്ന് കേൾക്കുന്നു , എൻ നൂറ് കുറ്റങ്ങൾ ചുറ്റും..
ഞാൻ ചെയ്ത കർമ്മത്തിൻ സമ്മാനമെന്നപോൽ,
എൻ കഴിവിന്റെ പരിമിതി അറിഞ്ഞെന്നപോലെ ..
പുച്ഛം വിളങ്ങുന്ന വദനങ്ങൾ പലതും ചിരിക്കുന്നു മുന്നിൽ ,
മത്സരിച്ചില്ല ഞാൻ , ആരോടും .. ഒന്നിനും ..
അതുനൽകി എനിക്കെന്നും നഷ്ടങ്ങൾ മാത്രം..
തലകുനിച്ചില്ല ഞാൻ തിന്മയ്ക്ക് മുന്നിൽ ...
കൈ നീട്ടിയില്ല കൈകൂലി വാങ്ങുവാൻ ...
എന്നിട്ടും ലോകർക്ക് മുന്നിൽ ...
ഞാൻ ,അഴിമതിക്കാരനായ് ..
വ്യജനായ് , കള്ളനായ്, തന്നിഷ്ടക്കാരനായ് .
എന്നെ കുറിച്ചുള്ള സത്യങ്ങൾ ചൊല്ലാൻ ...
ഈ ജന്മമീ മണ്ണിൽ ഞാനാളല്ല മിത്രേമേ...
ഒരു ദിനം ,എൻ ദേഹം ദേഹിയെ പിരിഞ്ഞിടും നേരം ...
ഞാൻ ചെയ്ത നന്മകൾ ...
വീണ്ടുമീ മണ്ണിൽ പുനർജനിച്ചിടും.

അന്നറിഞ്ഞീടും ലോകരീ ഊഴിൽ,
ഞാൻ ചെയ്ത കർമ്മത്തിൻ നന്മകളൊക്കെയും.
അന്നറിഞ്ഞീടും ലോകരീ ഊഴിൽ,
ഞാൻ ചെയ്ത കർമ്മത്തിൻ നന്മകളൊക്കെയും.

7. ഒരിക്കൽക്കൂടി

മണ്ണിൽ ഞെട്ടറ്റു വീണൊരു
മലരേ നിൻമനം..
ആശിക്കുന്നുവോ വീണ്ടും ,
ധരണിതൻ മാറിൽ
കുളിരുമായെത്തുന്ന
മാരിതൻ നനവേറ്റ് .. ഈ ,
പവിത്രമാം പാരിലൊരു
പുതുനാമ്പായ് ഉണരുവാൻ ...
പത്രങ്ങളൊരുപിടി ..
തിങ്ങി നിറഞ്ഞ ..
തണ്ടൊന്നിൽ തളിരിട്ട ,
നവകൂമ്പിലായ് വീണ്ടും ,
താരായ് വിരിയുവാൻ
ആശിച്ചുവോ ?
മണ്ണിൽ ഞെട്ടറ്റു വീണൊരു,
വെൺമലരേ.. നീ
മണ്ണിന്റെ മാറിൽ
കുളിരുമായെത്തുന്ന ..
മാരിതൻ നനവേറ്റ് ,
വീണ്ടുമീ പാരിൽ ,
സുമമായ് വിരിയുവാൻ ..മോഹിച്ചുവോ ?

8. മറവിയെന്ന ഔഷധം

ഓർമ്മകൾ മരിക്കുന്നില്ലെന്ന് ചൊല്ലുമ്പോഴും ...
ഓർമ്മകൾക്ക് മരണമേകുന്നു മറവിയെന്ന ഔഷധം,
സ്മരണകൾ ദിനവും സുഷുപ്തിയെ ഹനിക്കുമ്പോൾ .
മറവിയെന്നതല്ലാതെ അതിനെന്ത് പോംവഴി,
രക്തബന്ധങ്ങളും ആത്മബന്ധങ്ങളും ...
ചിത്തിലേറ്റ വടുക്കൾ ഉണങ്ങാതെ നീറുമ്പോൾ ...
ഞാൻ തേടുന്നുവിന്ന് മറവിയെന്ന ഔഷധം ..
ഒന്നുറങ്ങുവാൻ ഉള്ളം തുറന്നൊന്ന് ചിരിക്കുവാൻ ..
ചതിയുടെ ചിരിക്കുന്ന മുഖങ്ങൾ മായ്ക്കുവാൻ ..
ഞാൻ തേടുന്നുവിന്ന് മറവിയെന്ന ഔഷധം ..

9. ദിവ്യ ചൈതന്യം

തത്വങ്ങൾക്കും , ഉപരിയായ് ,
തത്വചിന്തകൾക്കും ഉപരിയായ് ,
സത്യത്തിൽ നേർക്കാഴ്ചപോലെ,
തെന്നലിൽതിങ്ങിയ ജീവകണങ്ങളായും ,
അഗ്നിയിൽ നിറയുന്ന താപമായും ,
എന്നുമീ മണ്ണിൽ നിറഞ്ഞുനിൽക്കും,
അദൃശ്യശക്തിയാം ചൈതന്യമേ ...
നിനക്കൊരായിരം പുലർക്കാല വന്ദനം .
സൂര്യനോ ?..... ചന്ദ്രനോ ?
ആര് ..നീ എന്നറിയില്ലയെങ്കിലും,
അറിയുന്നു ഞാൻ നിൻ സാനിദ്ധ്യം,
പാരിതിൽ വിരിയുന്ന താരിലും ,
പുലരിയിൽ ഉണരുന്ന കിളിയിലും,
താരകം തിളങ്ങുന്ന വാനിലും,
കരയെ പുണരുന്ന കടലിലും .
എൻ വിശ്വാസമെന്നോട് പറയുന്നു ...
നമിക്കണം നീ ഭൂമിയേ...
നമിക്കണം നീ പ്രകൃതിയെ ...
സർവ്വ ജീവജാലങ്ങൾക്കും ,
പ്രാണനായ്മാറുമാ ദിവ്യമാം ശക്തിയേ ,
നമിക്കണമെന്നും നിൻ ദിനചര്യയിൽ,
എന്നുമോർക്കണം നീചെയ്യും കർമ്മങ്ങളിൽ .

10. പൊന്നോണം

ചിങ്ങംപിറന്നതിൻ പൂവിളികേട്ടതും,
സുമങ്ങളൊന്നൊന്നായ് തലയാട്ടുകയായ് ...
പാരാകെ നിരനിരയായ് വിരിയുകയായ് .
വാനിൽ കാർമേഘപാളികൾ മെല്ലെ ഒഴിഞ്ഞതും
പിച്ചിയും, തെച്ചിയും ,മന്ദാരവും ,
തുമ്പയും , മുല്ലയും , മുക്കുറ്റിയും,
കുഞ്ഞിളം കാറ്റിന്റെ താളത്തിനൊത്ത് ...
ഓണപ്പാട്ടിന്റെ ഈണം കേട്ടുകൊണ്ട്
പൂവേ പൊലി പൂവേ പൊലി താളമോടെ,
ഓണത്തെ വരവേൽക്കാൻ ഒരുങ്ങിനിൽക്കും,
മലായാളി മങ്കകളെന്നപോലെ
മോദത്തിൽ തലയാട്ടി നിൽക്കുകയായ് ...
മണ്ണിൽ നീളെ നിറയുകയായ് .
പൊന്നോണത്തെ വരവേൽക്കുകയായ് .

11. സ്വാതന്ത്ര്യം

നിരാശകളൊക്കെയും ആശകളാക്കി ,
സ്വപ്നങ്ങളൊക്കെയും ലക്ഷ്യങ്ങളാക്കി ,
പാരതന്ത്ര്യത്തിൻ രാവുകൾ നീളെ,
സ്വാതന്ത്ര്യത്തിൻ കനവുകൾ നെയ്ത്,
ഉടയോനടിയോൻ അതിരുകൾ നാട്ടി,
ജാതിയും വർണ്ണവും വർഗ്ഗവും ചൊല്ലി..
മാറ്റി നിർത്തിയ മാനവരെ,
ത്രിവർണ്ണ പതാക ഒന്നിൻകീഴെ,
ഒന്നിച്ച് ചേർത്തത് സ്വാതന്ത്ര്യം.
വെടിയൊച്ചകൾ പലകുറികേട്ടൊരു നാളിൽ ,
വെടിയുണ്ടകളേറെ നനഞ്ഞു നിണത്തിൽ,
ലാത്തികൾ അനവധി പൊട്ടിയൊടിഞ്ഞു..
കാക്കികൾ പലതും നിന്നു കിതച്ചു ,
നിലവിളി ശബ്ദം കൊതിച്ചവരെങ്ങും ,
പക്ഷെ ...കേട്ടതോ പിന്നേ ,
സ്വാതന്ത്രത്തിൻ മുദ്രാവാക്യം,
ഭാരതമക്കൾ ആർത്തുവിളിച്ച,
സ്വാതന്ത്ര്യ സമര വിജയം മാത്രം
ഭാരതാംബതൻ മോചനം മാത്രം

12. കുംഭിമനം

മാറി നിൽക്കാതെ മകനേ ...
പതുങ്ങി നിൽക്കാതെ മകനേ ..
അല്പനേരമാണെന്നാകിലും
നിന്നെ കാണാതെ വന്നെന്നാൽ ..
എൻ നെഞ്ചകം നീറും പല വിധ ചിന്തകളാൽ ..
ചതിയേറെ നിറഞ്ഞതാണീ മണ്ണ് ..
ചതിയന്മാർ കെണിയേറെ തീർക്കുന്ന മണ്ണ് ...
അടവിയെ അമ്മയ്ക്ക് ഭയമില്ലയെന്നാലും ...
ഇവിടെ അണയുന്ന മർത്യരെ
അമ്മയ്ക്ക് ഭയമാണ് പൊന്നേ...
വാലാട്ടി ചെവിയാട്ടി പിന്നിൽ നടന്നു വരുന്നൊരു ..
കുട്ടികൊമ്പനേ നോക്കി അമ്മയാന ചൊല്ലുന്നു വീണ്ടും ,
പിന്നിൽ മാറി നിൽക്കാതെ മകനേ ...
മരത്തിന്റെ മറപറ്റി പമ്മിനിൽക്കാതെ മകനേ ..
അല്പനേരമാണെന്നാകിലും നിന്നെ
കാണാതെ വന്നെന്നാൽ ..
എൻ നെഞ്ചകം നീറും പലവിധ ചിന്തകളാൽ ..
നിൻ തായ് മനമുരുകും വിരഹ വേദനയാൽ

13. ഇന്നിന്റെ സത്യം

എൻ മലർവാടിയിൽ വളർന്നൊരു
മുല്ലയിൽ തളിരിട്ട
പുതു നാമ്പുകളത്രയും
നവകന്ദങ്ങളാൽ മോഹനമായിരുന്നു
സായംസന്ധ്യയിൽ നിശയുടെ മേചകം
മണ്ണിൽ നിറയുമ്പോൾ
അതിതൊലൊരു വെൺതാരായ്
വിരിയുവാനെന്ന പോലെ ...
നിരനിരയായ് വിടരാൻ
വെമ്പിനിൽക്കുന്ന മൊട്ടുകൾ
നിത്യം നല്ലൊരു കാഴ്ചയാണെങ്കിലും
.ഹോ ..കഷ്ടം, അതിൽ ചിലതോ
എൻ ചിത്തിൽ വിരിഞ്ഞ
ചില മോഹങ്ങൾ പോലെ
വാടിക്കരിഞ്ഞു പോയ് വിടർന്നിടാതെ ..
രാവിൻ തുഷാരമതേറ്റതാവാം
പകലോന്റെ ഇളംചൂടിൽപെട്ടതാവാം
ശുഭ്ര വർണ്ണം വെടിഞ്ഞ് വാടിയ
മുല്ല മൊട്ടുകൾ ഓരോന്നായ് ..
പീതവർണ്ണവും പേറി മണ്ണിന്റെ
മാറിൽ വീഴുമ്പോഴും ..
എൻ കൺമുന്നിൽ സത്യമായ് മാറിയ
പകൽ കിനാവെന്നപോൽ ...

മുല്ലവള്ളിയിലിന്നും ചിരിക്കുന്നുണ്ട്
ചില വിടർന്ന താരുകൾ വശ്യഗന്ധം പരത്തി
നല്ലൊരു സന്ദേശം ചൊല്ലുന്ന പോൽ ...
നാളെ എന്നത് സത്യമാണെങ്കിൽ
ഇന്നിലൊതുങ്ങുന്നില്ല ജീവിതം
ഇന്നിന്റെ നഷ്ടങ്ങൾ മണ്ണിൽ വീണുടയുമെങ്കിലും
അവനൽകും പാഠങ്ങൾ നാളെയിൽ
നേട്ടമായ് മാറിടും നിസംശയം "

14. തിര

അലയടിച്ചെത്തുന്ന ഒടുങ്ങാത്ത തിരകൾ
ആഴിതൻ നെഞ്ചിലെ തുടിക്കുന്ന സിരകൾ ...
കരയെ പുണരാൻ വെമ്പുന്ന പോലെ
നിലയ്ക്കാതെ ഉയരുന്നോ ആഴിനീളെ ..പിന്നെ,
ചിലങ്കയിൽ വെൺമുത്തുകൾ കെട്ടിയാടുന്ന
ചന്തത്തിൽ പുതിയ താളം
തീർക്കുന്നോ തീരമാകെ ...
ഒന്നല്ല രണ്ടല്ല പിന്നാലെ പിന്നാലെ
ചിരിയോടെ അണയുന്ന അലകൾ
സത്യം മർത്യ ജീവിതം തന്നെ പാരിടത്തിൽ..
ചെറിയൊരു അലയായ് മുന്നിലണയുന്ന മോദം നാളെ ..
വലിയൊരു കദനമായ് മാറുമെന്നതും
വാസ്തവം..പക്ഷെ,
ഒടുങ്ങുന്നില്ല ജീവിതയാത്ര അലയടിച്ചെത്തുന്ന
തിരമാലകൾ പോലെ അവ യാത്ര തുടരുന്നു വീണ്ടും ..
പുതിയ തീരത്തിൻ പച്ചപ്പ് തേടി
ഓളം തീർത്ത് ഒഴുകുകയായ് വീണ്ടും
ജീവിതമെന്നതിൻ പുതിയ താളത്തിന്നായ്..

15. സമയമായ് പക്ഷെ ..

വാടിക്കൊഴിയണമെന്നതാണ് ദേവഹിതമെന്നാകിലും,
നാളേറെയായെൻ വളർച്ചതൻ ഭാഗമായ് ,
നീരേകി തുണയേകി നിന്നൊരെൻ ,
തായ്മനം വെടിയുവാൻ കഴിയില്ലെനിക്ക് ...
തണലേകി തലയാട്ടി നിന്നൊരെൻ ദലങ്ങളെ ..
വിടചൊല്ലി പിരിയാൻ കഴിയില്ലെനിക്ക് ...
എന്നിലെ അവസാന നിശ്വാസം വരേയും..
സ്നേഹിച്ചിടുന്നു ഞാനീ മണ്ണിനെ ..
സ്നേഹിച്ചിടുന്നു ഞാനെന്നമ്മയെ ...
പ്രണയിച്ചിടുന്നു എൻ സൗഹൃദങ്ങളെ ...
പ്രണയിച്ചിടുന്നുവെൻ തൂലികയേയും .
അതിജീവനമെന്നതല്ലോ ജീവിത ലോകസത്യം "
കതിരോന്റെ കിരണങ്ങൾ മൊഴിയുന്നെൻ ചെവിയിൽ ..
ഇല്ല , കാലമായില്ല വിടചൊല്ലുവാൻ ,
ഇനിയും വരും പ്രഭാതങ്ങൾ എനിക്ക് സ്വന്തം ..
പുതിയ ദിനങ്ങളും സന്ധ്യയും എനിക്കുസ്വന്തം ,
നാളെതൻ പുതിയ കിനാക്കളും എനിക്കുസ്വന്തം .

16. ചിരിക്കുന്ന പൂക്കൾ

ഹരിത പത്രങ്ങളിൽ വിരൽ സ്പർശമേകി
പകലോന്റെ പുലർകാലെ യാത്രതുടങ്ങീ വീണ്ടും ,
മരച്ചില്ലയിൽ തിങ്ങിയ ഇലകൾതൻ നിഴലുകൾ ..
കറുത്ത വീഥികൾ നിറയേ തണലേകി നിൽക്കവേ ...
ഇളംതന്നലിൻ കുളിരേറ്റുവാങ്ങി
മിഴിതുറക്കുന്ന പൂവുകൾ,
ചിരിക്കുന്നു ചെമ്മേ മണ്ണിനും
വിണ്ണിനും നന്ദി ചൊല്ലി..
ഒരു ദിനമെങ്കിലും മലരായ് വിരിയുവാൻ ,
കാലങ്ങളോളം നോമ്പുനോറ്റതാണിവർ ...
ധരണിതൻ ഗർഭപാത്രത്തിൽ ജീവന്റെ തുടിപ്പുമായ് ,
ശാപമോക്ഷം നൽകിയ മണ്ണിനും ,
നവജീവൻ നൽകിയ അരുണനും ,
ആയിരമായിരം നന്ദി ചൊല്ലുന്ന പോൽ ..
മിഴി തുറക്കുന്നു പൂക്കൾ ഊഴിനീളെ ..
മണ്ണിനും വിണ്ണിനും നന്ദി ചൊല്ലി അനുദിനം ,
മണ്ണിനും വിണ്ണിനും നന്ദി ചൊല്ലി.

17. അപ്രിയസത്യം

അനാഥയായ് മാറിയ ബാല്യത്തിൻ
കണ്ണിൽ തെളിയുന്ന ദൈന്യത്തിനും,
ചൂണ്ടുവിരലിൽ നിറയുന്ന ചോദ്യത്തിനും,
ഉത്തരമെന്തുണ്ട്.. ചൊല്ലുക ലോകമേ... ?
പ്രതിവിധിയെന്തുണ്ട് ചൊല്ലുക ലോകമേ...?
യുദ്ധങ്ങൾ തച്ചുതകർക്കുന്ന കുടുംബത്തിൻ ,
ശിഷ്ടങ്ങളായിന്ന് മണ്ണിൽശേഷിക്കും,
അനാഥ ബാല്യങ്ങൾ മൊഴിയും ,
ചോദ്യത്തിനുത്തരമെന്തുണ്ട് ലോകമേ...?
അതിനുള്ള ഉത്തരം കണ്ടുവോ ലോകരേ ..?
ഒടുങ്ങാത്ത യുദ്ധത്തിൻ ലാഭവും നേട്ടവും
അതെന്തെന്ന് , ഏതെന്ന് ചൊല്ലുക ലോകമേ..?
മനുഷ്യ ജീവന്റെ , സ്വത്തിന്റെ നഷ്ടങ്ങളല്ലാതെ ...
ലാഭമായെന്തുണ്ട് നേട്ടം... ചൊല്ലുക ലോകമേ...?

18. കൂടണയും പക്ഷി

ദേശം ചിരപരിചിതമാണെന്നത് പോലെ,
പുതിയ ലക്ഷ്യങ്ങൾ തേടി പറക്കും പത്രികൾ,
പുലരിയിലുണർന്ന് ദേവമന്ത്രം ചൊല്ലും
അൻപത് കഴിഞ്ഞൊരു അമ്മതൻ മിഴിയിൽ,
കണിയായെന്നും തെളിയും നേരം ,
മിഴിനീർ മുത്തുകൾ തിളങ്ങും കവിളിൽ ,
മിഴിനീർ ചാലുകൾ വിളങ്ങീ വീണ്ടും ...
തനയനും തനയയും മൂന്നുണ്ടെങ്കിലും ...
തായക്കൽപ്പം സ്നേഹം നൽകാൻ ,
ഇരുനിലയുള്ളൊരു വലിയൊരു വീട്ടിൽ,
ഇന്നോ ...ആരുമേ അരികിലില്ല ...
പലവിധ തിരക്കുകൾ എണ്ണി നിരത്തി ...
നാളെയെന്ന ചിന്തയിലവരോ ..
ഉലകം ചുറ്റുകയാണ് നിത്യം .
തണലായ് നിൽക്കും അടവിയിൽ നിന്നും,
ചിറകടിച്ചുയരും പറവകൾ ദിനവും ,
പകലോനിരുളിൽ മറയും മുന്നേ ...
തണൽ മരം വീണ്ടും പുൽകും നേരം ..
ചിരിയും കളിയും ഒഴിഞ്ഞൊരു കൂരയിൽ ..
പ്രാർത്ഥനയോടെ മിഴികൾ തുടച്ച് ,
രാമനാമം ചൊല്ലിയൊരമ്മയിരിപ്പൂ...
തൻ മക്കൾ മുന്നിൽ അണയും കാലം ..
സ്വപ്നം കാണും മനസ്സുമായ് ..

എന്നോ ..പറന്നകന്ന പക്ഷികൾ വീണ്ടും ,
കൂടണയുമെന്ന പ്രതീക്ഷയിൽ .

19. മണ്ണറിവ്

അറിവിനെ വരമായ് കണ്ടവർ പൂർവ്വികർ പണ്ട്,
പ്രകൃതിതൻ പാഠങ്ങൾ ജ്ഞാനമായ് നേടിയീ ഊഴിയിൽ,
പ്രകൃതിയെ ദൈവമായ് കണ്ടോരാ മാനവരന്ന്,
നീളെ ..ശാഖികൾ നട്ട് വളർത്തിയീ ഭൂമിയിൽ .
പണ്ട് മണ്ണിനെ കാക്കുവാൻ മന്നവരീ ഭൂവിൽ,
തലകൾ കൊയ്തതും ഇന്നിൽ കഥയായ് , ചരിത്രമായ് .
അതിവേഗം അറിവേറെ നേടി മർത്യർ ..
അതിനൊപ്പം, പ്രകൃതിക്കതീതമായ് പുതിയ ചിന്തകളും,
മാറിയ കാലത്തിനൊപ്പം കോലം കെട്ടിയ ലോകരോ?
ഭൂമിതൻ ഭാവവും രൂപവും ഒന്നാകെ മാറ്റി.
ഇന്നറിവിനെ പണമാക്കി മാറ്റുന്നു പലരും.
അറിവിനായ് പണമേറെ നൽകുന്നു പലരും.
മണ്ണിന് പൊന്നിന്റെ വിലയിട്ട നാവുകൾ പിന്നെ,
പൊന്ന് വിളയുന്ന മണ്ണിനെ
വെട്ടിമുറിക്കുന്നു അനുദിനം,
മണ്ണിനെ പണമാക്കി മാറ്റുന്നു തകൃതിയിൽ..
പുത്തൻ പണമാക്കി മാറ്റുന്നു പലവിധം..

20. മാരിവില്ല്

കാർവർണ്ണന്നഴകാണ് മയിൽപ്പീലിയെന്നപോൽ,
നീലവിണ്ണിന്റെ അഴകല്ലോ ..
ഏഴ് വർണ്ണം വിളങ്ങുന്ന മാരിവില്ല് ..
നോക്കെത്താ ദൂരത്തായ് വിരിയുന്ന
വിസ്മയമാണെങ്കിലും,
ഏറെ ചാരത്താണെന്നപോൽ
മിഴികൾക്ക് കൗതുകം, തന്നെയെന്നും .
ധരണിയിൽ കുളിരുമായണയുന്ന
ചെറു മഴത്തുള്ളിയിൽ ,
അരുണന്റെ കരങ്ങൾ
ഇന്ദ്രജാലം തീർക്കുമ്പോൾ
വിണ്ണിൽ തെളിയുന്ന ബഹുവർണ്ണ
മായാചിത്രമോ മാരിവില്ല് ...?
അതോ ... പലദിനം മണ്ണിൽ മലരായ്
വിരിഞ്ഞ് മണ്ണോട് ചേരുന്ന ,
താരിൻ വർണ്ണങ്ങൾ വാനിലൊന്നിച്ച് ചേർന്നതോ ...
നഭസ്സിൽ വിരിയുന്ന എഴ് വർണ്ണങ്ങൾ
തിങ്ങിയ മാരിവില്ല് ..

21. അറിയാത്ത കാരണം

നീയെൻ ...സ്വന്തമെന്നു കരുതി ഞാൻ ,
നിൻ ഹൃത്തിൽ സൂക്ഷിച്ചൊരെൻ...
ഹൃദയവും സ്വപ്നവും ഒരുപോലെ ..
നീ ..തകർത്തുവെന്നാകിലും ..
പരാതിയതില്ല , പരിഭവമില്ല ...
വിദ്വേഷമെന്നത് ഒട്ടുമില്ല.. പക്ഷെ,
ഞാൻ ചെയ്ത തെറ്റെന്ത് ?
ഞാൻ ചൊന്നകളവെന്ത് ?
എന്നിൽ നീ കണ്ട കുറവെന്ത് ?
പറയുമോ ഉത്തരം..?
ഇനിയെങ്കിലും സഖീ ..
പലവിധ കാര്യങ്ങൾ ചൊല്ലി ... നീ ,
അകന്നുമാറുന്ന നേരത്തും ..
പറയുമോ കാരണം ഇനിയെങ്കിലും ..

22. ഭൂമിയെന്ന കൗതുകം

കൗതുകമാണെന്നും മിഴികൾക്ക് ,
വർണ്ണ കാഴ്ചകൾ നൽകും ധരണിയെ ..
അതിശമാണിന്നും ഊഴിയെ മൂടുവാൻ ..
പച്ച വിരിച്ചീടുന്ന പ്രകൃതിയെ ...
കാലാകാലങ്ങളായ് മർത്ത്യർ,
ഒടുങ്ങാത്ത ആർത്തിയാൽ
ചൂഷണം ചെയ്ത ...
പ്രകൃതിയോ ... ഇന്ന് ,
മൃതപ്രായമായെങ്കിലും
ഭയമാണ് മനുജന് ,
പ്രകൃതിതൻ വികൃതിപോൽ
നിൽക്കാതെ പെയ്യും
കൊടും മാരിയേ ...
തലതല്ലി കരതിന്നാൻ
കുതിച്ചു പാഞ്ഞെത്തും..
ആഴിതൻമാറിലെ
ഒടുങ്ങാത്ത അലകളെ ..
മർത്ത്യന്റെ വികൃതിക്ക് പ്രകൃതി, തൻ കുസൃതിയാൽ
മറുപടി പറയുമ്പോൾ ,
അതും , കൗതുകമാകുന്നു
പുത്തൻ കാഴ്ചകൾ തേടുന്ന
മിഴികൾക്ക് നിത്യം.

23. ചിന്തകൾ

ചിന്തകൾ പലതും പുറം തള്ളുന്നു ഉള്ളിലായ്,
അതിലൊരു പാതി നാളെതൻ
അർത്ഥമെന്തെന്നറിയാത്ത ചിന്തകളും ,
മറുപാതിയിലാണേൽ പലവർണ്ണ
സ്വപ്നങ്ങൾ തിങ്ങിയ നിമിഷങ്ങളും .
ദിനം, ദിനം ചിന്തകൾ പലതും
ചിത്തിൽത്തന്നെ മൃതിയടഞ്ഞെങ്കിലും,
നിദ്രയില്ലാതെ ഞാൻ താണ്ടിയ ..
ഇരവുകളിലേറെയും ,ഓർക്കാൻ ശ്രമിച്ചു ഞാൻ ,
മനസ്സിലെവിടെയോ, മറഞ്ഞൊരെൻ ഒർമ്മകളെ ..
തളിരിട്ടുവെങ്കിലും വളരാതെ മുരടിച്ചു പോയൊരെൻ ..
സ്വപ്നങ്ങളെ ..
എന്നും, അതിൽ നീളെ ഞാൻ കണ്ട നേട്ടങ്ങളെ .

24. തിരിച്ചറിവ്

മുള്ളുകൾ പോലെ
പരാജയ ചിന്തകളേറെ ,
ഉള്ളിൽ നിറയുമ്പോൾ .
നിഴൽ പോലെ എന്നും
വിജയങ്ങൾ മമ ചാരെ ...
അണയുന്നതും ...
അറിയുന്നുണ്ട് ഞാൻ ..
എൻ മിഴിനീർനനവ്
പടർന്ന ഇരവിനെ
ഞാൻ മറക്കില്ല ...പക്ഷെ,
പുലരിയിൽ പുത്തൻ
പ്രതീക്ഷകൾ നൽകുന്ന,
പകലോന്റെ , സാന്ത്വന
കിരണങ്ങളാണെനിക്കിഷ്ടം

25. ചെറുചെമ്പരത്തി

ചുവന്ന കുഞ്ഞുചെമ്പരത്തി
എന്നോട് നീയൊന്ന് ചൊല്ലിടാമോ ..?
ചിരിയോടെവന്ന് മുത്തംതന്ന്
മെല്ലെ നിൻ ചെവിയിൽ,
പൂത്തുമ്പി ചൊല്ലിയതെന്താണ് ,
വെറുതേ ... തലകുനിച്ചീടാതെ ...
മൗനമായ് നിൽക്കാതെ ...
മണ്ണിൽനോക്കി നാണിച്ച് നിൽക്കാതെ ..
എന്നോട് നിയൊന്ന് ചൊല്ലിടാമോ ?
ചിരിയോടെവന്ന് മുത്തംതന്ന്
പൂത്തുമ്പി ചൊല്ലിയതെന്താണ് ,
മെല്ലെ നിൻ ചെവിയിൽ,
പൂത്തുമ്പി ചൊല്ലിയതെന്താണ് ,

26. ചിരി

ഒരു ചെറുചിരികൊണ്ട് നേടാം നാളെയിൽ,
ഓർക്കുവാനേറെ സൗഹൃദങ്ങൾ ..
വെറുമൊരു ചിരിയാൽ തകർക്കാം ഉള്ളിൽ...
മൗനം അതിരുകൾ കെട്ടിയ മതിലുകളും ...
പകയാലെ കലി പൂണ്ട് വാശി കാട്ടുന്നവർ ,
ചിരിക്കാൻ മടിക്കുന്നു മറക്കുന്നു ജീവിതത്തിൽ ...
എന്നിട്ടെന്തുണ്ട് നേട്ടം മണ്ണിതിൽ ചൊല്ലാൻ ,
ഭിത്തിയിൽ നാളെ .. ചില്ലിട്ട ചിത്രമായ് തൂങ്ങിടുമ്പോൾ ,
ജീവിതകാലം നീളെ ചിരിവിരിയാത്ത വദനത്തിൽ പലതിലും
പുഞ്ചിരി വിരിയുന്നു പിന്നെ,
മണ്ണിലെ ഓർമ്മയായ് , വർണ്ണ ചിത്രമായ് മാറുന്ന കാലങ്ങളിൽ.

27. പ്രതീകങ്ങൾ

ചിരിക്കുന്ന പൂക്കൾ മണ്ണിലേ ..
പ്രണയ ചിഹ്നമാണെങ്കിൽ ...
ഊഴിയിൽ ഞെട്ടറ്റ് വീഴുന്ന പൂക്കൾ
പ്രണയവിരഹത്തിൻ ചിഹ്നമോ?
നിത്യവും പരിമളം പരത്തുന്ന മലരുകൾ,
ഉള്ളം നിറയ്ക്കുന്ന മോദമാണങ്കിൽ ..
താരിന്റെ , തണ്ടിൽ വസിക്കും മുള്ളുകൾ ..
വരുംകാല കദന ഭാരത്തിൻ പ്രതീകമോ?

28. മയിൽപ്പീലി

ഞാനെന്നോ വായിച്ച പുസ്തക താളിൽ അടയാളമായ് ..
സൂക്ഷിച്ചുവെച്ചൊരു മയിൽപ്പീലിത്തുണ്ട് ...
പലദിനം പലവട്ടം മറന്നുപോയ് പിന്നെ ഞാൻ ...
അപൂർണ്ണമായ് വായിച്ചൊരാ പുസ്തകത്തെയും,
പല വർണ്ണങ്ങൾ നിറഞ്ഞൊരാ മയിൽപ്പീലിയേയും ..
ജീവിതവീഥികളേറെ താണ്ടി ഞാൻ അതിനൊപ്പം ...
അറിവുകളേറെ നേടി ഞാൻ ,
കൂടെ.. മറക്കുവാൻ കഴിയാത്ത കദനങ്ങളും ..
അശ്വമേധം നടത്തിയ മന്നനേ പോലെ ..
പടവെട്ടി നേടിഞാൻ , ആരും കൊതിക്കുന്ന നേട്ടങ്ങളും ...
നാലാളറിയുന്ന പേരും.. വിലയേറും സ്ഥാനമാനങ്ങളും ..
കാലം യൗവനം കാത്തുസൂക്ഷിക്കുമ്പൊഴും ..
ഒന്നുനിൽക്കാതെ വീണ്ടും ഒടുമ്പോഴും ...
കാലത്തിനൊപ്പം കലങ്ങളേറെ ഓടിയ ഞാനോ...?
പലവിധ വ്യാധികൾക്കുറ്റ ചങ്ങാതായായ് മാറി ..
നാൽക്കാലിയായൊരു കസേരയിൽ ചാഞ്ഞ് ..
ഭൂതകാലത്തിൻ സ്മരണകൾ പലതും ചികയുന്നനേരം ...
പഴയൊരു മേശതന്നുള്ളിലായ് കണ്ടു ഞാൻ വീണ്ടും ...
എൻ വായനാ ശീലത്തിൻ ബാക്കിപത്രം പോലെ ..
പണ്ട് പാതിവായിച്ച് വെച്ചൊരാ പുസ്തകത്തേയും ...

അതിനുള്ളിലിന്നും ഒളിയൊട്ടും മങ്ങാതെ നിൽക്കുന്ന മയിൽപീലിയേയും .

29. നിന്നെക്കാണുമ്പോൾ

നിന്നെക്കാണുമ്പോൾ ചിറകടിച്ചുയരുന്നെന്നുള്ളിൽ
ബാല്യകാല സ്മരണകൾ ..
അറിയാതെ ദ്രുതതാളം നിറയുന്നെൻ
ഹൃദയത്തുടിപ്പിലും ..
കാലമേറെ വിടപറഞ്ഞെങ്കിലും അകതാരിൽ
മായാത്ത ഓർമ്മയായ് നിറമോടെ നിൽക്കുന്നുവിന്നും ..
വെളുത്ത് മെല്ലിച്ചൊരു പാവാടക്കാരിതൻ പുഞ്ചിരിയും
അതിനൊപ്പം അവളുടെ തുടുത്ത കവിളിൽ
തെളിയുന്ന കുരുന്ന് നുണക്കുഴികളും ..
മണ്ണിൽ വസന്തങ്ങളേറെ പലവട്ടം കൊഴഞ്ഞെങ്കിലും
ആ വസന്തങ്ങളത്രയും നിൻ കാന്തി
കൂട്ടിയോ പെണ്ണേ ..
വാനിൽ വിരിഞ്ഞ മാരിവിൽപലതും
മാഞ്ഞുപോയെങ്കിലും
അതിൻ വർണ്ണങ്ങളെല്ലാം നീ കവർന്നുവോ പെണ്ണേ ..
എന്തെന്നറിയില്ല ... പെണ്ണേ ...
എന്തിനെന്നറിയില്ല ...
പെണ്ണേ ... നീയെൻ പെണ്ണെന്ന്
ചൊല്ലുന്നു എൻമനം നിത്യം ..
നീയെൻ പെണ്ണെന്ന്
ചൊല്ലുന്നു എൻമനം നിത്യം ..

30. മറക്കുന്ന സത്യം

തോൽവികളറിയാത്ത വിജയികളില്ല..
കോട്ടങ്ങളില്ലാത്ത നേട്ടങ്ങളും
ഉയർച്ചതൻകീഴെ താഴ്ച്ചയാണെന്നതും
കദനത്തിനന്ത്യം മോദമാണെന്നതും..
ഒരു മുഴം കയറിലും, ആഴിതൻ അലയിലും,
പുഴയുടെ മാറിലും, ലഹരിതൻ കയത്തിലും
മരണത്തിൻ വാതിൽ തേടിയലഞ്ഞ്
വിരഹത്തിനുത്തരം തേടും മനസ്സേ ..
മരണത്തിലുത്തരം കാണും മുൻപേ ...
അറിയണം നിത്യം നിൻ ജീവിത വീഥിയിൽ ..
നഷ്ടങ്ങളേറെ നേടിയെന്നാകിലും ...അതിൻ ,
ശിഷ്ടങ്ങൾ ജീവിത പാഠങ്ങളാക്കിയാൽ ,
വന്ന് ഭവിച്ച നഷ്ടങ്ങളൊക്കെയും ,
മുന്നിലെ പുത്തൻ നേട്ടങ്ങളാക്കാം
ഭാവിയിൽ ജീവിതയാത്രകളിൽ
തോൽവികൾ മായുന്ന ജീവിതത്തിൽ .

31. താമര

തമ്മിൽ തമ്മിൽ
കാണുന്നുവെങ്കിലും ...
തമ്മിൽ ചേരാൻ
കഴിയില്ലയെന്നതും സത്യം..
എങ്കിലും ഞാൻ , മനസ്സാവരിക്കുന്നു
നിന്നേയെൻ പ്രിയതമനായ് ,
ഇന്നിതാ അധരത്തിൽ മധുകണമേന്തി
നിൽക്കുന്നു ഞാനീ പുലരിയിൽ,
ഉദിച്ചുയരുന്ന നിൻ
ദർശ്ശനത്തിനായ് ...
പ്രണയാർദ്രമാം നിന്റെ
നോട്ടത്തിനായ്

32. വിയോഗം

എന്തെന്ന് ചൊല്ലി ഇനിഞാൻ
നിൻ പിണക്കം മാറ്റുമെന്നോമനേ..
എന്ത് ഞാൻ നൽകണം ഇനിനിൻ
ചിരിയൊന്ന് കാണുവാൻ പൈതലെ ..
എങ്ങനെ ഏതേത് ഗാനം ഞാൻ പാടണം
നിൻ മൊഴിയൊന്ന് കേൾക്കുവാൻ ..
എരിയുന്ന ചിതയ്ക്കൊപ്പം നിറുകയാണെന്നുള്ളവും
മായാതെ നിൽക്കും നിൻ ഓർമ്മകളിൽ
എന്നു നാം കാണും വീണ്ടും ഇനി
എന്നു നാം കാണും വീണ്ടും ..
എന്നും നിന്നോർമ്മകൾ വിരഹത്തിൻ കയ്പ്പുനീരു മായെത്തുമ്പോൾ
... ചോദിക്കുന്നു എൻ മനം നിത്യം ..
എന്നു നാം കാണും വീണ്ടും ഇനി എന്നു നാം കാണും വീണ്ടും ..

33. പെണ്ണ്

നാളുകൾ പണ്ട് ,
ആണിന്റെ പിന്നിൽ മിണ്ടാതെ നിന്നവൾ പെണ്ണ് ..
വാതിൽപ്പടി താണ്ടാതെ പാതി വാതിലിൽ
മറവിൽ മുഖം പാതി മറച്ചവൾ പെണ്ണ്...
മാംഗല്യ നാളിൽ മണിയറയിലെത്തുമ്പോൾ ,
ലജ്ജാവതിയായി പെരുവിരൽ കൊണ്ട്
ചിത്രം വരച്ചവൾ പെണ്ണ് ...
പിന്നിട്ട ദിനങ്ങളിൽ അവയെല്ലാം ലയിച്ചു യുഗങ്ങളിൽ ,
മാറ്റങ്ങൾ നിളെ നിറഞ്ഞു ഊഴിയിൽ ...
അതിനൊപ്പം മാറ്റങ്ങളേറെ വന്നു പെണ്ണിനും ,
അറിവിലും കഴിവിലും ,
ആണിനോടൊപ്പം തോളോട് ചേർന്നവൾ ...
ഇന്നോ മണ്ണിൽ ആണിനേപോൽത്തന്നെ
മൂല്യമവൾക്ക് ..,
ലിംഗബേധമതന്യേ നീതിയവൾക്ക് .

www.ingramcontent.com/pod-product-compliance
Lightning Source LLC
La Vergne TN
LVHW041547060526
838200LV00037B/1179
* 9 7 8 1 6 8 5 8 6 3 1 6 6 *